વાસ્તુ

મિહિર જાગૃતિ વોરા

આ પુસ્તક હું મારા માતા પિતા , મોટા ભાઈ ભાભી અને નાની પ્રિય ભત્રીજી ને અર્પણ કરું છું .

સામગ્રી

પ્રસ્તાવના

આ પુસ્તક માં મારા આજકાલ દૈનિક માં આવેલા મારી કોલમ એક નજરનો નિબંધ છે ,૨૦૦૫ થી ૨૦૧૮ સુધી મારા લેખ આ કોલમ માં આવ્યા હતા.

સ્વીકૃતિઓ

આ પુસ્તક માં મારા આજકાલ દૈનિક માં આવેલા મારી કોલમ એક નજર નો નિબંધ છે. આ માટે હું આજકાલ દૈનિક ના મેનેજમેન્ટ , તંત્રી , ટ્રસ્ટી અને તમામ પત્રકાર અને સ્ટાફ નો આભાર માનું છું .૨૦૦૫ થી ૨૦૧૮ સુધી મારા લેખ આ કોલમ માં આવ્યા હતા.

આ પુસ્તક માટે મેં વિવિધ લેખ આધારિત માહિતી વિકિપીડિયા ,લેખ ને લાગતા આવેલા વિવિધ અખબારી અહેવાલ અને જે તે લેખક ના લેખ ના સંદર્ભો નો સહારો લીધો છે તે સૌ નો હું આભાર માનું છું .

અનુક્રમણિકા

1

વાસ્તુ

મિત્રો આ પુસ્તક માં મેં ઈન્ટરનેટ અને વિકિપીડિયા અને વિવિધ અખબારી અહેવાલ માંથી વાસ્તુ શાસ્ત્ર વિષય ઉપર માત્ર માહિતી આપી છે .આમાં એક પણ શબ્દ મારો નથી જેની નોંધ લેજો ,આનો કોઈ વૈજ્ઞાનિક પુરાવો નથી માત્ર અમુક માન્યતાઓ આધારિત વાત છે .

આ માહિતી સાચી છે કે ખોટી તેની તપાસ કરજો અને પછીજ વાસ્વિકતા સ્વીકારજો .આ તો માત્ર ઈન્ટરનેટ દુનિયામાંથી સીધી લીઘેલી માહિતી છે જે સાચી કે ખોટી છે તેનું કોઈ પણ જાતનું સમર્થન આ પુસ્તક કે લેખક કરતા નથી જેની નોંધ લેજો.

સંસ્કૃત શબ્દકોશમાં વાસ્તુ એટલે ગૃહ એમ કહ્યું છે. વરાહમિહિરની બૃહદ્‌સંહિતા અને અમરસિંહની અમરકોષમાં વાસ્તુ શબ્દને રહેણાંક સાથે સરખાવ્યો છે.

વાસ્તુશાસ્ત્રની ગહન માહિતી મત્સ્ય પુરાણમાં પણ જોવા મળે છે. વાસ્તુશાસ્ત્ર એટલે ઘરની બાંધણી સાથે સંકળાયેલું વિજ્ઞાન.

આધુનિક યુગના એન્જિનિયર્સ અને આર્કિટેક્ટ મકાનના બાંધકામ વાસ્તુશાસ્ત્રના નિયમોને અનુલક્ષીને જ કરે છે. વાસ્તુશાસ્ત્રના વિજ્ઞાન અને નિયમોને અનુલક્ષીને બનાવેલું રહેઠાણ મનને શાંતિ,

વાસ્તુ શબ્દનો અર્થ થાય છે ઘર, રહેવાની જગ્યા. શાસ્ત્ર લગભગ ઉપદેશોમાં ભાષાંતર કરે છે. તેથી, વાસ્તુ શાસ્ત્રને જીવંત અથવા સ્થાપત્યના વિજ્ઞાનમાં ઢીલી રીતે ભાષાંતર કરી શકાય છે. જ્યારે તે એક પ્રાચીન વિજ્ઞાન છે, તે આજે પણ ઉપયોગમાં લેવાય છે

ડાઈનિંગ રૂમમાં પ્રવેશો ત્યારે તમને ભૂખની અનુભૂતિ થાય. શયનખંડમાં પ્રવેશો ત્યારે નીંદરનો અનુભવ થાય. અને અભ્યાસ રૂમમાં પ્રવેશો ત્યારે

અભ્યાસની રુચિ અને એકાગ્રતા પ્રાપ્ત થાય. અહીં વાસ્તુશાસ્ત્રના દરેક નિયમ જણાવ્યા છે.

વાસ્તુવિજ્ઞાન મુજબ જમીનનો પ્લોટ ચોરસ અગર લંબચોરસ હોવો જોઈએ. જો જમીનનો પ્લોટ પૂર્વ અગર ઉત્તર તરફ ઢળતો હોય તો તેને પણ શુભ માનવામાં આવે છે.

વાસ્તુશાસ્ત્ર અનુસાર સૂવાની શ્રેષ્ઠ દિશા એ છે કે જ્યારે તમે તમારું માથું દક્ષિણ તરફ અને તમારા પગ ઉત્તર તરફ મોં કરીને રાખો.ઊંઘની શ્રેષ્ઠ દિશાને અનુસરવાથી માથાનો દુખાવો ઓછો થાય છે, બ્લડ પ્રેશરનું સ્તર બહેતર બને છે અને સારી શાંત ઊંઘ આવે છે.

જમીનની મધ્યમાં હોકાયંત્ર મૂકી દિશા નક્કી કરવી અને તે મુજબ જો દક્ષિણ દિશા અને પશ્ચિમ દિશાની જમીન ઊંચી હોય તો વાસ્તુશાસ્ત્ર મુજબ તે લાભદાયી છે.

મંદિરની નજીક અગર કબર-સ્મશાનની નજીકની જમીન પાસે કદાપિ પ્લોટ ખરીદવો નહીં. જે પ્લોટમાં ચારે બાજુ ૯૦ અંશનો ખૂણો પડતો હોય તે જમીન શુભ ગણાય.

બાલબોધ જ્યોતિષ સાર સમુચ્ચયના પાન નં. 62માં જમીન પરીક્ષણ માટે નીચે મુજબ શ્લોક છે-

'ભૂમો મધ્યે ખનેદર્ત હસ્તમાત્રમ સમંતત: તત્છવભ્રમ પૂર્ચ્યેતેન નૃપાસના વિચક્ષણ: વર્ધમાને ચ વૃદ્ધિ: સ્યાહિને હીનં રામે સમમ'

અર્થાત ઘર બનાવવાની જગ્યાએ એક હાથ ઊંડો પહોળો ખાડો બનાવી માટી-પત્થર બહાર કાઢવા. ત્યારબાદ ફરીથી તે ખાડામાં પત્થર-માટી નાખવા. આમ કરતાં જો માટી વધે તો જમીન શ્રેષ્ઠ-શુભ ગણાય.

જો માટી ઓછી પડે તો જમીન અશુભ ગણાય અને જો બરાબર થાય તો જમીન તટસ્થ ગણાય. માટી ખૂટે તેવી જમીનમાં ઘર બનાવવું નહીં.

વિધિ શૂલવાળી જમીન અગર તમારા ઘર આગળ જ રસ્તાનો અંત આવતો હોય તેવી જમીન લેવી નહીં. જે જમીનમાં ખૂણો પડતો હોય, પાણીના ખાબોચિયા, ખાડા હોય, બાવળ, આંબલીના વૃક્ષ હોય તેવી જમીન પર મકાન બનાવવા બાબત બૃહદ્સંહિતામાં સ્પષ્ટ ના પાડી છે.

બૃહદ્સંહિતામાં વરાહમિહિર લખે છે કે બોરવેલ-હોજ કે પાણી સંગ્રહ માટેનું સ્થળ ઉત્તર-પૂર્વ દિશા વચ્ચે પૂર્વ તરફી ખૂણો પસંદ કરવો. તેમના મત મુજબ ઉત્તરમાં પાણીનો બોર કરવાથી સંપત્તિ વધે છે.

પૂર્વ-ઉત્તરમાં બોર કરવાથી બાળકોનું સુખ મળે છે. વૃક્ષાયુર્વેદ કે જેઓ સારગંધા સંહિતાના પ્રણેતા ગણાય છે, તેમણે તેમના પુસ્તકમાં બોર-કૂવા-પાણી

બાબત ધણા નિયમ જણાવ્યા છે.

જેવી રીતે શીલરોપણ વિધિ કરવામાં આવે છે તેવી રીતે વાસ્તુશાસ્ત્ર ગર્ભન્યાસ વિધિ કરવામાં આવે છે. જેને અંગ્રેજીમાં ફાઉન્ડેશન સ્ટોન તરીકે ઓળખવામાં આવે છે. શિલાન્યાસ વિધિ દક્ષિણથી પશ્ચિમ તરફ કરવામાં આવે છે.

શિલાન્યાસ માટે જ્યોતિષશાસ્ત્રમાં ચૈત્ર, વૈશાખ, શ્રાવણ, કાર્તિક, માગશર મહિનાને શુભ ગણવામાં આવે છે.

નક્ષત્રોમાં રોહિણી, મૃગશીર્ષ, હસ્ત, ચિત્રા, ઉત્તરા ફાલ્ગુની, જ્યેષ્ઠા છે. અષાઢ, શ્રાવણને શુભ માસ ગણવામાં આવે છે. તિથી પ્રમાણે બીજ, છઠ, નોમ, દસમ સારી ગણાય. દિવસોમાં બુધવાર, ગુરુવાર અને શુક્રવારને શુભ માનવામાં આવ્યા છે.

મકાનનો મુખ્ય દરવાજો પૂર્વમુખી અગર ઉત્તરમુખી હોય તે વધુ હિતાવહ ગણાય. તે બાબત બૃહદ્સંહિતામાં વરાહમિહિર આ પ્રમાણે જણાવે છે કે જે જગ્યાએ મકાન બાંધવાનું હોય તે ચારે દિશામાં 9 સરખા ભાગ કરતાં દરેક દિશામાં જે ચોથો ભાગ આવે ત્યાં દરવાજો આવે છે.

બૃહદસંહિતા જેવો પૌરાણિક ગ્રંથ યાંત્રિક દરવાજા પર પ્રકાશ પાડતા કહે છે કે ઓટોમેટિક દરવાજા રાખનાર મકાનમાલિકને લાંબા સમયે ગાંડપણ આવે છે.આનો કોઈ વૈજ્ઞાનિક પુરાવો નથી.

કુટુંબનો સર્વનાશ પણ નોંતરે છે. વરાહમિહિર એવો પણ આગ્રહ રાખે છે કે મુખ્ય દરવાજો અન્ય દરવાજા કરતાં મોટો હોવો જોઈએ. બૃહદ્સંહિતાના 82મા શ્લોકમાં એમ પણ જણાવ્યુ છે કે મુખ્ય દરવાજો દેખીતી રીતે મોટો હોવો જરૂરી નથી.

પરંતુ તેના પર વિવિધ ડિઝાઇન અને કેટલીક શુભ વસ્તુઓ હોવી જોઈએ જેમકે ધોડાની નાળ હોય શકે.

દક્ષિણ-પશ્ચિમ દિશા કરતાં પૂર્વ-ઉત્તર દિશામાં દરવાજા ખૂલતાં હોય તે વધુ શુભ ગણાય છે. બારીબારણાં 2-4-6-8-12ની બેકી સંખ્યામાં શુભ ગણાય છે. બારી-બારણાની સંખ્યામાં શૂન્ય આવતું હોય તેવી સંખ્યામાં બનાવવા નહીં જેમ કે 10-20ની ગણતરીમાં બનાવવા નહીં.

નારિયેળી-કેળા-આસોપાલવ જેવા ભારે વૃક્ષો પ્લોટના પશ્ચિમ અગર દક્ષિન ખૂણામાં શુભ ગણવામાં આવ્યા છે. જ્યારે જમીનના ઉત્તર કે પૂર્વ દિશામાં ફૂલના છોડ,

તુલસી અને ધાસની લોનને શુભ ગણ્યા છે. બૃહદ્સંહિતાના મતાનુસાર ઉત્તરમાં પીપળાનું વૃક્ષ, પૂર્વમાં વડનું ઝાડ, દક્ષિણમાં અંજીરનું અને પશ્ચિમમાં

આસોપાલવ શુભ ગણવામાં આવે છે.

પૂર્વ-ઉત્તર દિશા કરતાં દક્ષિણ-પશ્ચિમ દિશામાં કમ્પાઉન્ડ વોલ ઊંચી અને જાડી હોય તે શુભ માનવામાં આવે છે. કમ્પાઉન્ડ વોલનો મુખ્ય દરવાજો પૂર્વ-ઉત્તર તરફી ઇષ્ટ ગણાય છે.

શાસ્ત્રના કથન મુજબ જમીનના દરેક ભાગમાં વાસ્તુ પુરુષનો વાસ હોય છે. વાસ્તુ પુરુષનું માથું ઉત્તર-પૂર્વ દિશામાં હોય છે જ્યારે તેના વાળેલા પગ દક્ષિણ-પશ્ચિમ દિશામાં હોય છે.

આથી જમીનના ઉત્તર-પૂર્વ બાજુ શક્તિઓનો ભંડાર હોય છે. વાસ્તુ મંડલના વચ્ચેના ૯ ભાગને બ્રહ્મસ્થાન કહેવાય છે. આથી પ્રાચીન કાળમાં વચ્ચેના ૯ ભાગને કોર્ટ યાર્ડ તરીકે ખુલ્લો રાખતા હતા.

વાસ્તુશાસ્ત્ર એ દિશાનું ભારતીય વિજ્ઞાન છે જે પ્રકૃતિના પાંચ તત્વો, ગ્રહો અને અન્ય શક્તિઓને સંતુલિત કરે છે.

તે કલા, ખગોળશાસ્ત્ર અને જ્યોતિષશાસ્ત્રને સંયોજિત કરીને સૌથી ફાયદાકારક રહેવાની જગ્યાઓ બનાવવામાં મદદ કરવા માટે વિચારો અને માર્ગદર્શિકા પ્રદાન કરે છે. તે રહેવાસીઓના આરોગ્ય, નાણાંકીય અને સુખને વધારવામાં પણ મદદ કરે છે.

જો તમે ઇચ્છો છો કે તમારું ઘર અથવા આજુબાજુનું વાતાવરણ આપણા સર્વાંગી વિકાસ અને સમૃદ્ધિમાં ફાળો આપે, તો તમારે ઘર માટે વાસ્તુના સિદ્ધાંતોનું પાલન કરવું જોઈએ,

આ વાસ્તુ ટીપ્સ અને ફેરફારો તમને કોઈપણ વાસ્તુ દોષ થી છુટકારો મેળવવામાં મદદ કરી શકે છે અને ખાતરી કરી શકે છે કે તમે જે સ્થાન પર રહો છો તે તમારી તરફેણમાં કામ કરે છે અને વિરુદ્ધમાં નહીં.

વાસ્તુ શબ્દનો અર્થ થાય છે ઘર, રહેવાની જગ્યા. શાસ્ત્ર લગભગ ઉપદેશોમાં ભાષાંતર કરે છે. તેથી, વાસ્તુ શાસ્ત્રને જીવંત અથવા સ્થાપત્યના વિજ્ઞાનમાં ઢીલી રીતે ભાષાંતર કરી શકાય છે.

વાસ્તુ આપણા જીવનમાં વિવિધ લાભો લાવે છે, જેમ કે કારકિર્દીની સ્થિરતા, શૈક્ષણિક વૃદ્ધિ, સારું માનસિક સ્વાસ્થ્ય, સારા સંબંધો અને વધુ.

બ્રહ્માંડમાં સકારાત્મક અને નકારાત્મક બંને ઉર્જા છે. વાસ્તુનો ઉદ્દેશ્ય આ નકારાત્મક શક્તિઓને દૂર કરવાનો અને સકારાત્મક વાઇબ્સ વધારવાનો છે.

વાસ્તુશાસ્ત્ર અનુસાર તમારા ઘરના રૂમ ચોરસ અથવા લંબચોરસ હોવા જોઈએ. તમારે એ પણ સુનિશ્ચિત કરવું જોઈએ કે તમારા રૂમ હવાવાળો, સ્વચ્છ, તેજસ્વી પ્રકાશિત અને સારી રીતે જાળવવામાં આવે છે.

બધા રૂમના ખૂણા પણ શક્ય તેટલા તેજસ્વી હોવા જોઈએ.રૂમનો આકાર ચોરસ અથવા લંબચોરસ હોવો જોઈએ

તમારા ઘરનું કેન્દ્ર ક્લટર-ફ્રી હોવું જોઈએ. બધા દરવાજા, ખાસ કરીને મુખ્ય દરવાજો અંદરથી ખોલવો જોઈએ જેથી ઊર્જા ઘરની અંદર રહે.

તમારે તમારા ઘરમાંથી કોઈપણ તૂટેલા અથવા ક્ષતિગ્રસ્ત સાધનોને પણ કાઢી નાખવો જોઈએ.ખાતરી કરો કે દરવાજો અંદરથી ખુલે છે,

વિદ્યાર્થીઓએ અભ્યાસ કરતી વખતે પૂર્વ દિશા તરફ મુખ કરવું જોઈએ અને સ્ટડી ટેબલ અને દિવાલ વચ્ચે જગ્યા હોવી જોઈએ.

અભ્યાસને પીળા રંગમાં રંગવાની પણ સલાહ આપવામાં આવે છે કારણ કે તે વધુ સ્પષ્ટતા લાવે છે અને ધ્યાન વધારે છે.વાસ્તુશાસ્ત્ર એકાગ્રતા વધારવામાં મદદ કરે છે

કેશ-લોકર ઘરની દક્ષિણ કે દક્ષિણ-પશ્ચિમ દિવાલમાં રાખવું જોઈએ. એક ખૂબ જ અદ્ભુત વાસ્તુ એ છે કે લોકરની સામે અરીસો રાખો કારણ કે તે પૈસાના બમણા થવાનું પ્રતીક છે!

જાંબલી વાસણમાં મની પ્લાન્ટ રાખો. જાંબલી રંગ ધનનો અર્થ થાય છે, આમ કરવાથી આર્થિક સ્થિરતા આવશે.દક્ષિણ-પશ્ચિમ દિવાલમાં લોકર નાણાકીય સ્થિરતાને પ્રોત્સાહન આપે છે

ક્યારેય પણ ઉત્તર દિશામાં માથું રાખીને સૂવું નહીં કારણ કે તેનાથી ખરાબ સપના આવી શકે છે. તમારે ગોળાકાર અથવા અંડાકાર અથવા હેડરેસ્ટ વગરની પથારી પર સૂવાનું પણ ટાળવું જોઈએ.

ઝઘડાને રોકવા માટે, બેડરૂમની બારી પર ક્રિસ્ટલ સાથે વિન્ડ ચાઇમ લટકાવો. ઘર માટે સૌથી મહત્વપૂર્ણ વાસ્તુ ટિપ્સ પૈકી એક છે કે બેડરૂમમાં ક્યારેય મંદિર ન બનાવવું. વિન્ડચાઇમ ઝઘડા અટકાવી શકે છે

તમારા ઘરમાં બગીચો બનાવવાથી સારા નસીબ મળી શકે છે. ઘણા વાસ્તુ છોડ એકઠા કરે છે અને હકારાત્મકતા ફેલાવે છે, અને તેમાંથી એક તુલસીનો છોડ છે.

તમે આ પવિત્ર છોડને ઘરના ઉત્તર, ઉત્તરપૂર્વ અને પૂર્વ ભાગમાં રાખી શકો છો. જો કે, તમારે બગીચાની સીમાઓ પર છોડ મૂકવાનું ટાળવું જોઈએ.તુલસીનો છોડ સકારાત્મકતા લાવે છે

કલા અને વિજ્ઞાનના આ સુંદર મિશ્રણને અનુસરીને તમે કોઈપણ મુશ્કેલી વિના તમારું જીવન સુધારી શકો છો.

આપણા દેશમાં અનેક પ્રાચીન ઈમારતો વાસ્તુશાસ્ત્રના સિદ્ધાંત મુજબ બનેલી છે તેથી આજે પણ સુરક્ષિત છે.

વાસ્તુશાસ્ત્રના નિયમો પાળવાથી ત્યાં રહેતા લોકોના સ્વાસ્થ્ય, શાંતિ, સમૃદ્ધિમાં વૃદ્ધિ થાય છે. ઘરની સુખ શાંતિમાં વધારો કરવા માટે મકાન બાંધતી વખતે નીચેની બાબતોને ધ્યાનમાં રાખો

દરેક ઘરમાં પૂજાસ્થાન હોવું અનિવાર્ય છે. પૂજાનું સ્થાન ઈશાન એટલે કે ઉત્તર પૂર્વ ખૂણામાં હોવું જોઈએ. આ ખૂણામાં પાણીની ટાંકી પણ બનાવી શકાય. તમારા ઘરના ડ્રોઈંગ રૂમના ઈશાન ખૂણામાં એક્વેરિયમ પણ મૂકી શકાય.

ઘરના દક્ષિણ-પૂર્વનો ભાગ અગ્નિ ખૂણા તરીકે ઓળખાય છે. આ ખૂણો રસોડું બનાવવા માટે શુભ માનવામાં આવે છે. જો એક કે બે જ રૂમ હોય તો રસોડું આ જ દિશામાં બનાવવું યોગ્ય છે.

કોઈ અગમ્ય કારણોસર જો રસોડું અગ્નિ ખૂણામાં ન બની શક્યુ હોય તો ઉત્તર-પશ્ચિમ ખૂણામાં બનાવી શકાય.

અગ્નિ ખૂણામાં પાણીની ટાંકી, નળ અથવા જળ સંબંધી કોઈપણ વસ્તુ મુકવી જોઈએ નહી. આ ખૂણો ઈલેક્ટ્રીક વસ્તુઓ માટે યોગ્ય છે, જેવુ કે સ્વીચબોર્ડ, ટીવી, વગેરે.

ઘરના વાયવ્ય ખૂણામાં બારી અને બાલ્કની હોવી એ શુભ ગણાય છે. ડ્રોઈંગરૂમ કે અન્ય રૂમના વાયવ્ય ખૂણામાં ફ્લર-પંખા મુકી શકાય છે.

ઘરનું કેન્દ્ર જેન બ્રહ્મ સ્થાન કહેવાય છે અને દરેક ઓરડાનું કેન્દ્ર હંમેશા ખાલી હોવું જોઈએ. બ્રહ્મ સ્થાન હંમેશા સ્વચ્છ હોવું જોઈએ, તેમજ ત્યાં કોઈ વજનદાર ટેબલ ન મુકવુ.

મુખ્ય બેડરૂમ નૈઋત્ય દિશામાં હોવો જોઈએ. બાળકોનો શયનખંડ બાળકોનો બેડરૂમ પૂર્વ દિશામાં અને તેમનો સ્ટડી રૂમ ઈશાન દિશામાં શુભ ગણાય છે. કુંવારી છોકરીઓનો બેડરૂમ વાયવ્ય દિશામાં શુભ ગણાય છે.

પતિ પત્નીના રૂમમાં હંસનુ જોડુ કે સારસના જોડાનુ ચિત્ર લગાવવુ શુભ ગણાય છે. આ ચિત્ર સૂતી વખતે દેખાય તે રીતે મુકવુ જોઈએ. જેનાથી બંને વચ્ચે પ્રેમ જળવાય રહે છે.

દરેક રૂમમાં યોગ્ય કલર કરાવવો જોઈએ. જેમ કે બેડરૂમમાં આસમાની કે લીલો જે શીતળતા આપે છે પીળો અને નારંગી પણ લઈ શકાય કારણકે આ કલર ઉત્સાહ વધારનારો છે.

ઘરમાં ક્યારેય પણ ઘડિયાળને દક્ષિણની દીવાલ પર ન લગાવવી જોઈએ, કારણ કે દક્ષિણ યમદેવની દિશા ગણાય છે. ઘડિયાળને પૂર્વ દિશામાં લગાવવી શુભ ગણાય છે અને તેનાથી ઘરમાં લક્ષ્મીનું આગમન થાય છે.

વાસ્તુશાસ્ત્ર પ્રમાણે ઘડિયાળને બંધ પડેલી હોય તો તે શુભ નથી ગણાતું, બંધ ઘડિયાળથી ઘરમાં નકારાત્મક ઊર્જા વધે છે. વ્યક્તિની પ્રગતિ અટકી જાય છે.

વાસ્તુશાસ્ત્ર પ્રમાણે ઘરમાં દરેક સામાન રાખવાની ચોક્કસ જગ્યા હોય છે. જો તમે તે સામાનને તે સ્થાને ન રાખો તો ઘરમાં અશાંતિ પેદા થઈ શકે છે.

વાસ્તુ પ્રમાણે ઘરનો દરવાજો પૂર્વ, પશ્ચિમ, ઉત્તર અથવા ઉત્તર-પૂર્વ દિશામાં હોય. આ દિશાઓને વાસ્તુમાં શુભ માનવામાં આવે છે. ઘરનો મુખ્ય દરવાજો ક્યારેય પણ અશુભ દિશામાં ન હોવો જોઇએ. જેમકે દક્ષિણ, દક્ષિણ-પશ્ચિમ, દક્ષિણ-પૂર્વ અથવા ઉત્તર-પશ્ચિમ.

જો તમારા ઘરનું બાંધકામ થઇ ગયું છે અને દરવાજો અશુભ દિશામાં છે, જો ઘરનો મુખ્ય દરવાજો દક્ષિણ અથવા દક્ષિણ-પશ્ચિમ દિશામાં છે તો તમે મેટલ પીરામિડનો ઉપયોગ કરી શકો છો.

ઘરનો મુખ્ય દરવાજો ઉત્તર-પશ્ચિમ દિશામાં બનાવવામાં આવ્યો હોય તો તમે બ્રાસ પીરામિડ અથા બ્રાસ હીલિક્સનો ઉપયોગ કરી શકો છો.

વાસ્તુશાસ્ત્ર પ્રમાણે મુખ્ય દરવાજો ઘરના અન્ય દરવાજાઓની સરખામણીએ મોટો હોવો જોઇએ. તેમજ એ વાતનું પણ ધ્યાન રાખવું જોઇએ કે ઘરમાં ત્રણ દરવાજા ક્યારેય એક લાઇનમાં ન હોવા જોઇએ.

તેમજ મુખ્ય દ્વારની સમાંતર ન હોવા જોઇએ. કારણ કે તેને વાસ્તુદોષ માનવામાં આવે છે. જેનાથી ઘરમાં ઉદાસી અને દુ:ખ આવે છે.દિશા પ્રમાણે કેવા મટિરિયલમાંથી બનેલો હોવો જોઇએ મુખ્ય દ્વાર,

જો દરવાજો પૂર્વ દિશામાં હોય તો તે ઓછી મેટલ એસેસરિઝ અને લાકડાંનો વધારે ઉપયોગ થયેલો હોવો જોઇએ. પશ્ચિમ દિશામાં હોય તો દરવાજામાં પણ થોડુંક મેટલ વર્ક થયેલું હોવું જોઇએ.

ઉત્તર દિશામાં મુખ્ય દરવાજો હોય તો તેને સિલ્વર કલરથી પેઇન્ટ કરવો જોઇએ.મુખ્ય દરવાજો દક્ષિણ દિશામાં આવેલો હોય તો તે લાકડાં અને મેટલમાંથી બનેલો હોવો જોઇએ.

ઘરમાં એનજી, ખુશી અને ધનને વધારવામાં મુખ્ય દ્વાર મહત્વની ભૂમિકા ભજવે છે. તેથી મુખ્ય દ્વાર સ્વચ્છ અને તેની જાળવણી સારી રીતે કરવી જોઇએ.

મુખ્ય દરવાજાની આસપાસ ડસ્ટબિન, સ્ટૂલ્સ અને ખુરશીઓ ન રાખવી જોઇએ.મુખ્ય દરવાજા પાસે પુરતો પ્રકાશ હોવો જોઇએ ત્યાં ક્યારેય અંધારુ ન હોય તેવું ધ્યાન રાખવું જરૂરી.

પોઝિટિવિટી માટે ઘરના મુખ્ય દ્વાર પાસે ગ્રીન પ્લાન્ટ રાખવા.મુખ્ય દ્વાર પાસેનો ઉંબરો માર્બલ અથવા લાકડાંમાંથી બનાવેલો હોવો જોઇએ.

કારણ કે ઉંબરો નકારાત્મક શક્તિઓને ઘરમા પ્રવેશતી અટકાવે છે. તમે મુખ્ય દરવાજાને સ્વસ્તિક અને ઓમથી સુશોભિત પણ કરી શકો છો.મુખ્ય દરવાજા પાસે શું હોવું જોઇએ અને શું નહીં.

મુખ્ય દરવાજા પાસે નેમ પ્લેટ ફીટ કરવી જોઇએ. દરવાજો 90 ડીગ્રીએ ખુલે એ પ્રકારે બનાવવો જોઇએ, એ પણ કોઇપણ પ્રકારના વિઘ્ન કે અડચણ વગર.

મુખ્ય દરવાજાની સામે ક્યારેય અરિસો રાખવો ન જોઇએ. ઘરના મુખ્ય દરવાજા પાસે ગ્રીન પ્લાન્ટ રાખવા જોઇએ.

ઘરના મુખ્ય દ્વાર પાસે પુરતો પ્રકાશ હોવો જોઇએ. રેડ લાઇટ મુખ્ય દ્વાર પાસે ન હોય તેનું ખાસ ધ્યાન રાખવું.

દરવાજો દરરોજ સાફ થવો જોઇએ. મુખ્ય દ્વાર પર ગંદકી અને દરવાજો તૂટેલો ન હોય તેનું ધ્યાન રાખવું જરૂરી છે.

ઘરમાં સુખ-સમૃદ્ધિ જળવાઈ રહે તે માટે લોકો મોટા વાસ્તુશાસ્ત્રીઓની સલાહ લેવા લાગ્યા છે. વાસ્તુશાસ્ત્ર એ મુખ્યત્વે દિશાઓ પર આધારિત વિજ્ઞાન છે.

વાસ્તુશાસ્ત્રમાં ઘરની દરેક વસ્તુને યોગ્ય દિશામાં રાખવા અને તેનો ઉપયોગ કરવા વિશે જણાવવામાં આવ્યું છે.

વાસ્તુશાસ્ત્રના નિયમોનું પાલન કરીને આપણે આપણા ઘરમાંથી નકારાત્મકતા દૂર કરી શકીએ છીએ અને આર્થિક લાભ મેળવી શકીએ છીએ.

જે રીતે ઘરની અંદર રાખવામાં આવેલી દરેક વસ્તુની દિશા વાસ્તુશાસ્ત્રમાં નક્કી કરવામાં આવી છે, તેવી જ રીતે વાસ્તુશાસ્ત્રમાં જૂતા અને ચપ્પલ માટે પણ દિશા જણાવવામાં આવી છે.

એવું કહેવામાં આવે છે કે જ્યારે આપણે બહારથી ઘરે પાછા આવીએ છીએ, ત્યારે આપણે હંમેશાં આપણા ચપ્પલ અને જૂતાને યોગ્ય જગ્યાએ રાખવા જોઈએ.

જો તમે તમારા ચપ્પલ અને જૂતાને તેમની નિર્ધારિત જગ્યાએ નથી રાખતા તો તેને ઘરની દક્ષિણ અથવા પશ્ચિમ બાજુ રાખો. વાસ્તુશાસ્ત્ર અનુસાર આ દિશાને જૂતા અને ચપ્પલ રાખવા માટે શુભ માનવામાં આવે છે.

એવું જોવામાં આવે છે કે ઘણા લોકો ગમે ત્યાં પોતાના જૂતા ચપ્પલ ઘરમાં ક્યાંય પણ ઉતારી દે છે. વાસ્તુશાસ્ત્ર તેને બિલકુલ યોગ્ય માનતું નથી.

વાસ્તુશાસ્ત્ર અનુસાર, ગમે ત્યાં કોઈ પણ દિશામાં ચપ્પલ અને જૂતા ઉતારવાથી બચવું જોઈએ. વાસ્તુશાસ્ત્રમાં કહેવામાં આવ્યું છે કે ઈશાન દિશામાં પગરખાં ઉતારવા બિલકુલ યોગ્ય નથી.

આ દિશામાં પગરખાં અને ચપ્પલ ઉતારવાથી ઘરની આર્થિક સ્થિતિ ખરાબ થાય છે. બેડરૂમમાં જૂતા અને ચપ્પલ ન રાખો

વાસ્તુશાસ્ત્ર અનુસાર તમારા બેડરૂમમાં જૂતા અને ચપ્પલ રાખવા અથવા શૂઝ અને ચપ્પલ માટે રેક રાખવી યોગ્ય નથી.

એવું માનવામાં આવે છે કે બેડરૂમમાં શૂઝ અને ચપ્પલ રાખવાથી પતિ-પત્નીના સંબંધો પર ખરાબ અસર પડે છે. ઘણી વખત પતિ-પત્ની વચ્ચેના સંબંધોનો અંત આવી શકે છે. ઘરના મુખ્ય દરવાજા પર જૂતા ચપ્પલ ન રાખો

કોઈપણ ઘરના મુખ્ય દ્વાર પર તે ઘરની અંદર સકારાત્મક ઉર્જાનો પ્રવેશનો રસ્તો હોય છે, તેથી ઘરના મુખ્ય દરવાજાને અલગ-અલગ રીતે સજાવવામાં આવે છે,

પરંતુ જો તમે ઘરના મુખ્ય દરવાજા પર જૂતા ચપ્પલ રાખો છો તો તે તમારા ઘરમાં આવતી સકારાત્મક ઉર્જાને અવરોધે છે.

વાસ્તુશાસ્ત્રના અનુસાર, ઘરના મુખ્ય દરવાજા પર જૂતા ચપ્પલ ઉતારવા શુભ માનવામાં નથી આવતું. એવું માનવામાં આવે છે કે મુખ્ય દરવાજા પર જૂતા ચપ્પલ રાખવાથી માતા લક્ષ્મી ઘરમાં પ્રવેશ કરતી નથી.

વાસ્તુ અનુસાર, દરરોજ ઉપયોગમાં લેવાતા અરીસાનો તમારા જીવનના સુખ અને સમૃદ્ધિ સાથે ઘણો સંબંધ છે. પોતાની સુંદરતા જોવા માટે દરેક વ્યક્તિ તેને પોતાના ઘરમાં લગાવે છે.

વાસ્તુ અનુસાર દર્પણ, આયનો અથવા કહો કે અરીસામાં એક ઉર્જા હોય છે, જે ઘરમાં સકારાત્મક ઉર્જા વધારવામાં મહત્વની ભૂમિકા ભજવે છે. જ્યોતિષ શાસ્ત્રમાં માનવામાં આવે છે કે ઘરની અંદર અરીસો યોગ્ય દિશામાં રાખવો ખૂબ જ જરૂરી છે.

ઘરમાં ઉર્જાનું યોગ્ય સંતુલન જાળવવું એ વાસ્તુનો સૌથી આવશ્યક ઉદ્દેશ્ય છે. તેનાથી તમારા ઘરમાં સકારાત્મક વાતાવરણ બને છે અને સુખ-સમૃદ્ધિ આવે છે. ચાલો જાણીએ અરીસા સાથે સંબંધિત કેટલાક વાસ્તુ નિયમો.

વાસ્તુશાસ્ત્ર અનુસાર ઘરમાં ચોરસ અરીસો લગાવવો લાભકારી માનવામાં આવે છે. જો તેને તિજોરી કે કબાટની સામે રાખવામાં આવે તો તેમાંથી ધન પ્રાપ્ત થાય છે. ત્યાં ગોળ અરીસો લગાવવો શુભ નથી.

બેડરૂમમાં હંમેશા અરીસાથી દૂર રહેવું જોઈએ. વાસ્તુ અનુસાર, જો તમારા બેડનું પ્રતિબિંબ બેડરૂમમાં રાખેલા અરીસામાં દેખાય છે, તો તે ઘરમાં ખામીઓનું કારણ બને છે.

આનાથી તમારા વિવાહિત જીવન પર ખરાબ અસર પડે છે અને પ્રેમી યુગલમાં પરસ્પર વિશ્વાસ અને સંવાદિતાનો અભાવ પણ જોવા મળે છે.

તમારા ઘરમાં અરીસો મૂકતી વખતે ધ્યાન રાખો કે તેને પૂર્વ અને ઉત્તર દિશામાં લગાવવો જોઈએ. એવું માનવામાં આવે છે કે ઉત્તર દિશા ધનના દેવતા ભગવાન કુબેરનું કેન્દ્ર છે.

તેથી આ દિશા હંમેશા સકારાત્મક રાખવી જોઈએ. વાસ્તુ અનુસાર પશ્ચિમ કે દક્ષિણ દિશામાં અરીસો મૂકવો અશુભ માનવામાં આવે છે.

જો તમારા ઘરમાં અરીસો તૂટેલો હોય તો તેને તાત્કાલિક દૂર કરો. એવું માનવામાં આવે છે કે તૂટેલા અરીસાથી ઘરની નકારાત્મકતા વધે છે અને આર્થિક નુકસાન પણ થાય છે.

વાસ્તુ અનુસાર અરીસાને ક્યારેય ગંદા ન રાખવા જોઈએ. ગંદા અરીસાના કારણે ઘરમાં નકારાત્મક ઉર્જાનો પ્રવાહ વધે છે.

કોરોના મહામારીમાં સ્વાસ્થ્ય વિશે લોકો ખૂબ જ સભાન થયા છે. કેટલીકવાર એવું પણ બનતું હોય છે કે, આપણી આદતના કારણે જ આપણે બીમારીને નિમંત્રણ આપતા હોઈએ છીએ.

આ આદતો બદલવાથી આપણું સ્વાસ્થ્ય સુધરતું હોય છે. કેટલીકવાર વાસ્તુશાસ્ત્ર આધારિત આદતો બદલવાથી પણ બીમારીમાંથી રાહત મળતી હોય છે.

વાસ્તુશાસ્ત્ર અનુસાર જો તમે પૂર્વ દિશામાં પગ રાખીને સૂવો છો અથવા તો પશ્ચિમ દિશામાં જેમાં પણ પાણી ભરેલી વસ્તુ હોય પાણીનું માટલું અથવા ફ્રિજ કે પછી વોટર ફિલ્ટર હોય અને તેમાંથી લીકેજ હોય તો તે તરત હટાવી લો.

જો તમારા ઘરના ઈશાન ખૂણામાં ગંદકી અથવા તો કરોળિયાના જાળા બાઝી ગયા છે ઉપરાંત ભંડકિયુ અથવા તો ન કામમાં આવે તેવી વસ્તુ રાખી રહ્યાં છો તો આમ કરવાનું ટાળો. આવું કરવાથી તમને માથાનો દુઃખાવો થઈ શકે છે.

જો તમે અગ્નિ ખૂણામાં સૂવો છો તો આ આદતને બદલી નાખો. આવી આદત બીપીની બીમારીની નિશાની છે. આવું કરવાથી તમને બીપીની સમસ્યા થઈ શકે છે.

વાસ્તુશાસ્ત્ર અનુસાર જો કોઈ વ્યક્તિને બાળકો બાબતે કોઈ સમસ્યા રહેતી હોય તો તેમને ઘરની વચ્ચોવચ્ચ સૂવું જોઈએ. આમ કરવાથી બાળકો સંબંધિત બીમારીથી દૂર રહેશો.

ઘરના ઉપયોગમાં લેવાતી વસ્તુઓને વાસ્તુના હિસોબે રાખવાથી લાભ થાય છે. ઘરમાં દરેક વસ્તુઓ યોગ્ય દિશામાં હોવી જરૂરી છે.

વાસ્તુ અનુસાર ઘરની ઉત્તર દિશાને ભગવાન કુબેરનું સ્થાન માનવામાં આવે છે. માટે તે દિશામાં તિજોરી કે કબાટનું રાખવુ શુભ માનવામાં આવે છે. તે સિવાય કોઈ પણ ચીજ આ દિશામાં ન રાખો.

વાસ્તુશાસ્ત્ર પ્રમાણે પૂર્વ દિશાના સ્વામી સૂર્ય અને ઇન્દ્ર દેવ છે. માટે આ જગ્યાને હંમેશા ખાલી રાખવી જોઇએ. નવુ ઘર બનાવવાવાળા લોકો ખાસ ધ્યાન રાખે કે ઘરમાં સૂર્યના કિરણો આવવા ખુબ જરૂરી છે.

વાસ્તુ અનુસાર ઘરની દક્ષિણ દિશામાં હંમેશા ભારે સામાન જ રાખવો જોઇએ. આ જગ્યા ખાલી ન હોવી જોઇએ અને અહી ટોયલેટ કે બાથરૂમ પણ ન બનાવો. તેનાથી ઘરમાં રહેલી સુખ શાંતિ ભંગ થશે.

બાથરૂમ કે ટોયલેય બનાવવા માટે સૌથી શ્રેષ્ઠ જગ્યા પશ્ચિમને માનવામાં આવે છે પરંતુ ધ્યાન રાખો કે આ દિશામાં રસોડુ ક્યારેય ન બનાવો.

ઇશાન ખૂણો ભગવાન શિવનું સ્થાન માનવામાં આવે છે. માટે તે દિશામાં પૂજા ઘર બનાવો અને આ દિશાનો સ્વામી ગુરુને માનવામાં આવે છે.

સામાન્ય રીતે દરેક વ્યક્તિ પૈસાની સાથે પર્સમાં ઘણી બધી વસ્તુઓ રાખે છે. વાસ્તુશાસ્ત્ર અનુસાર પર્સમાં એવી વસ્તુઓ ન રાખવી જોઈએ જે કોઈ કામની નથી એટલે કે નકામી વસ્તુઓ પર્સમાં ન રાખવી જોઈએ.

પર્સમાં ક્યારેય કાપેલી-ફાટેલી નોટો ન રાખોકાપેલી કે ફાટેલી નોટ ક્યારેય પર્સમાં ન રાખવી જોઈએ. એવું માનવામાં આવે છે કે, આ આવક પર અસર કરે છે. પર્સ હંમેશા સાફ રાખવું જોઈએ.પર્સમાં મા લક્ષ્મીનો ફોટો રાખો

વાસ્તુશાસ્ત્ર અનુસાર પર્સમાં પૈસા રાખવામાં આવે છે, તેથી પર્સમાં ધનની દેવી લક્ષ્મીનો ફોટો રાખો અને તેને બદલતા રહો. શ્રીયંત્ર પણ પર્સમાં રાખો. એવું માનવામાં આવે છે કે, તેનાથી દેવી લક્ષ્મી પ્રસન્ન થાય છે અને તેમના આશીર્વાદ પ્રાપ્ત થાય છે.

જુના બિલ ન રાખવા જોઈએપર્સમાં જૂનું બિલ ન રાખવું જોઈએ. વાસ્તુ અનુસાર આ વસ્તુઓને પર્સમાં રાખવી અશુભ છે. એવું માનવામાં આવે છે કે, તેનાથી માતા લક્ષ્મી નારાજ થાય છે અને પર્સમાં પૈસા રોકાતા નથી.

વાસ્તુશાસ્ત્ર અનુસાર, પર્સમાં ક્યારેય પણ મૃત વ્યક્તિની તસવીર ન રાખવી જોઈએ. એવું માનવામાં આવે છે કે, આ તસવીરો રાખવાથી તમે ઋણી બની શકો છો.

પર્સમાં ચોખા રાખવા જોઈએવાસ્તુશાસ્ત્ર અને માન્યતા અનુસાર પર્સમાં રાખવાથી દેવી લક્ષ્મી પ્રસન્ન થાય છે. તો, નોટ અને સિક્કા પણ એક સાથે ન રાખવા જોઈએ.

ઘરની આસપાસના વાતાવરણને સુંદર અને સુગંધિત બનાવવા માટે આકર્ષક અને સુગંધિત વૃક્ષ અને છોડ રોપવામાં આવે છે,

આયુર્વેદિક ઔષધિનું નિર્માણ, પૂજા-અર્ચના તથા ઘરની આંતરિક ઊર્જાને સકારાત્મક બનાવવા વિવિધ પ્રકારની સુરભી આપણી મનોદશા અને મનઃસ્થિતિ સાથે ગાઢ સંબંધ ધરાવે છે.

આથી જો આ સુવાસનો ઉપયોગ સકારાત્મક રીતે કરવામાં આવે તો આપણે આપણી આસપાસ એક સકારાત્મક ઊર્જા ક્ષેત્રનું નિર્માણ કરવામાં સફળતા

મેળવીએ છીએ.

ઔષધીય ગુણોથી ભરપૂર અને તીવ્રતાથી મનને પ્રફુલ્લિત કરનારા તુલસીના છોડને જો ઘરની પૂર્વ કે ઉત્તર દિશામાં ઉગાડવામાં આવે તો તે ઘરની અંદર તથા આસપાસ એક સશક્ત સકારાત્મક ઊર્જા ક્ષેત્રનું નિર્માણ કરે છે જેનાથી અનેક વાસ્તુદોષોનું નિરાકરણ શક્ય છે.

તુલસી ઘણા પ્રકારની હોય છે જેમ કે રામ તુલસી, શ્યામ તુલસી, વન તુલસી વગેરે. આમ તો તમામ પ્રકારની તુલસીને ઉગાડવી લાભકારક છે,

પરંતુ શ્યામ તુલસીને વાસ્તુ ઊર્જામાં વૃદ્ધિ કરવાનું એક સશક્ત માધ્યમ માનવામાં આવે છે. આ તુલસીના પાનમાં 'મરકરી' નામના સૂક્ષ્મ તત્ત્વ વધારે પ્રમાણમાં હોય છે.

જે વાયુ શુધ્ધ કરવાની દ્રષ્ટિએ 'આયો-નાઈઝર'નું કામ કરે છે. વાસ્તુ અનુસાર જે ઘરની અંદર તુલસીના છોડમાંથી પસાર થઈને હવા જાય છે ત્યાંનુ વાતાવરણ સ્વાસ્થ્યપ્રદ રહે છે.

ઘરની આસપાસ ખાસ કરીને પૂર્વ તથા પશ્ચિમ દિશામાં ક્યારી બનાવીને કુદીનો ઉગાડવાથી આસપાસના વાતાવરણની હવા શુધ્ધ બને છે.

વાસ્તુશાસ્ત્ર અનુસાર પૂર્વ દિશામાં રહેલા અંધારા ઓરડા, પગથિયાં તથા ટોઈલેટની નકારાત્મક ઊર્જાને સકારાત્મક ઊર્જામાં બદલવામાં કુદીનાના છોડ વિશેષ મહત્ત્વ ધરાવે છે.

આ એક સુંદર સુશોભનમાં મૂકવાને યોગ્ય છોડની શ્રેણીમાં આવે છે. જેના મૂળમાંથી ઘોડાના શરીર અને તબેલા જેવી ગંધ આવે છે. અશ્વગંધાના છોડ મધ્યમ કદના હોય છે અને માનસિક તાણ, અવસાદ તથા શક્તિહીનતા જેવા વિકારોને દૂર કરનારી દવા આ છોડમાંથી બને છે.

ઘરની ઉત્તર તથા વાયવ્ય દિશામાં અશ્વગંધા ઉગાડવાથી ઘરમાં ખરાબ ઊર્જા તથા અવાંછનીય શક્તિઓ પ્રવેશતી નથી. પરિવારજનોનું મનોબળ તથા શક્તિ વધારવામાં મદદરૂપ અશ્વગંધાને દક્ષિણ દિશામાં પણ ઉગાડી શકાય છે.

શીતલ ગુણો ધરાવતો ઝાડ જેવો આ છોડ ચિંતા, અવસાદ, ઉષ્ણતા તથા ઉત્તેજનાને નિયંત્રિત કરે છે. ભારતમાં મોટે ભાગે પશ્ચિમી વાયરા વાય છે.

એટલે જો ઘરની પશ્ચિમમાં ખુલ્લી જગ્યા હોય તો ત્યાં ખસના છોડને રોપવા. વાસ્તુ શાસ્ત્રમાં વાયવ્યદિશાને વાયુની દિશા કહેવામાં આવે છે. અહીં શીતળતા અને સૌમ્યતા દેનારા આ છોડની હાજરી ઘરની વાસ્તુ ઊર્જાને સંતુલિત કરે છે.

વાસ્તુ શાસ્ત્રમાં મોગરો મનને પ્રસન્નતા તથા તાજગી આપતાં સાધન તરીકે વિશેષ સ્થાન ધરાવે છે. મોગરના ફૂલોની સુગંધથી મનમાં શાંતિ ના ભાવ પેદા થાય છે. જે વધારાની શક્તિ, સારી ઊંઘ તથા શાંતિ પ્રદાન કરે છે.

મોગરાની સુવાસની આ વિશેષતાને કારણે જ વાસ્તુમાં સલાહ આપવામાં આવે છે કે સવારની પૂજામાં મોગરાની સુરભી ધરાવતી અગરબત્તી કે ધૂપનો ઉપયોગ કરવાને બદલે સાંજની પૂજામાં તેનો ઉપયોગ કરવો લાભકારક રહેશે.

કેટલાક સુગંધી છોડ જેમ કે રાતરાણી, ચંપા વગેરેને ઘરથી થોડે દૂર રોપવા તથા રાતના તેનાથી દૂર રહેવું કારણ કે ક્યારેક તેની આસપાસ સાપ, વીંછી જેવા ઝેરી જીવ-જંતુ આવવાનો ભય રહે છે.

ગૃહ પ્રવેશ કરતી વખતે કુળદેવતા ગણેશજી, ક્ષેત્રપાલ વાસ્તુદેવ, દીક્પતીની વિધિવત પુજા કરવી. આચાર્ય-બ્રાહ્મણ-શિલ્પીને વિધિવત સંતુષ્ટ કરવા.

શિલ્પીને વસ્ત્ર અને અલંકાર આપવા. આ કરવાથી ઘરમાં સદાસુખી રહેવાય છે. જે માણસ સાવધાન થઈને ગૃહનો આરંભ કરે છે અથવા ગૃહપ્રવેશ કરે છે, અને સાથે વાસ્તુપુજા કરે છે.

તેઓને આરોગ્ય-પુત્ર-ધન અને ધાન્યનીપ્રાપ્તિ થઈને સુખી થાય છે, જે મનુષ્ય વાસ્તુપૂજા કરતો નથી તે નાના પ્રકારના રોગોથી-કલેશથી સંકટને પ્રાપ્ત કરે છે.

બને ત્યાં સુધી આ નિયમોનુ પાલન કરવુ. ઇંટ-પથ્થરના ઘરમાં દોષોનો વિચાર કરવો. ઘાસથી અને લાકડાથી બનાવેલું ઘર તેમાં માસ દોષ લાગતો નથી.

જમીન ખોદતા અંદરથી પથ્થર મળે તો ધનની પ્રાપ્તિ-આયુષ્યની વૃદ્ધિ, ઇંટો મળે તો ધનની પ્રાપ્તિ અને સમૃદ્ધિ, ધાતુ મળે તો વૃદ્ધિ કારક છે, લાકડા નીકળે તો અગ્નિનો ભય છે, રાખ અને કોયલા મળે તો રોગ ઉત્પન્ન થાય છે,

ભૂસી મળે તો ધનનો નાસ થાય છે, હાડકાં મળે તો કુળના માટે જોખમ કારક છે, કોડી મળે તો લડાઈ-ઝઘડા અને દુઃખ થાય, કપાસ મળે તો દુઃખની પ્રાપ્તિ થાય,

કંકાલ મળે તો કલહ-લડાઈ અને ઝઘડો થાય છે, લોઢું મળે તો તે હાની કારક છે, ભૂમિમાંથી કિડી-દેડકું-સાપ-વીંછી આદી નીકળે તો અશુભ છે.

શિલાન્યાસ કરવાનો હોય તો સર્વ પ્રથમ અગ્નિ દિશામાં કરવો, બાકીનું નિર્માણ પ્રદક્ષિણ ક્રમથી કરવુ.

ગૃહ નિર્માણની સમાપ્તિ દક્ષિણમાં થાય તેવુ કરવુ નહી તો તે ધન-સ્ત્રી-પુત્રના માટે હાનીકારક છે. ધ્રુવ તારો તેનું સ્મરણ કરી

મધ્યાહન-મધ્યરાત્રી- સંધ્યાકાળ-પ્રાત:કાળ આ બધામાં જોતા મધ્યાહનકાળ અને મધ્યરાત્રી એ શિલાન્યાસ કરવો નહી. શિલાન્યાસ કરવાની હોય તો ચોરસ અખંડ શીલા લેવી.

લાંબી-ટૂંકી હોવી જોઈએ નહી. કાળા રંગની હોવી જોઈએ નહી, તૂટેલી હોવી જોઈએ નહી જે અશુભ છે.

જયારે ઘરનો આરંભ કરો ત્યારે કડવા વચન બોલવા નહી, જગ્યા ઉપર થૂંકવું નહી આ અશુભ માનવામાં આવે છે.

ઘરનું બ્રહ્મ સ્થાન બ્રહ્માના નવપદની રક્ષા કરવી જોઈએ. આ જગ્યા ઉપર જયારે મકાન બનાવો ત્યારે થાંભલો રાખવો નહિ. આ જગ્યા ઉપર એંઠા વાસણ, અપવિત્ર પદાર્થ પણ રાખવો જોઈએ નહિ. આ બ્રહ્મસ્થાનમાં ખીલી પણ લગાવવી નહિ.

વાસ્તુશાસ્ત્રમાં ચોરસ મકાન, લંબચોરસ મકાન,ભદ્રાસન આકારનું મકાન, વર્તુળ આકારનું મકાન આ શ્રેઠ છે. આ બધામાં ચોરસ મકાન વધારે ફળ આપનારું છે.

પરંતુ જમીન તમારી ચોરસ હોય તો પુરે પુરી ચોરસ જમીનનો ઉપયોગ કરીને મકાન બનાવાય નહિ.

ઘરની લંબાઈ અને પહોળાઈ જે પાયો તમે બનાવો તે લંબાઈ-પહોળાઈ અલગ-અલગ હોવી જોઈએ.

ચોરસ ભૂમીમાં લંબચોરસ મકાન બનાવવું જોઈએ. લંબચોર સમકાન હોય અથવા લંબચોરસ જમીન હોય તો વાંધો નથી.

મૃદંગ જેવી જમીન, પંખીના આકારની જમીન, કાચબાના આકારની જમીન, ધનુષ્ય જેવા આકારની જમીન, કુહાડી જેવા આકારની જમીન આજ મીનમાં મકાન બનાવવું યોગ્ય નથી.

ત્રિકોણ જમીન જેના ત્રણ ખૂણા હોય આ જમીનમાં ઘરબાંધવાથી રાજભય-દુ:ખ-વૈધવ્ય વિગેરે પ્રકારના દુ:ખોનો સામનો કરવો પડે છે.

પાંચ ખૂણા વાળી જમીન જમીન પણ શુભ નથી. કેટલા જાતકોને એવું થાય કે પંચકોણ તો શુભ જોવાય છે. પરંતુ વાસ્તુશાસ્ત્ર સંમત નથી. આ જમીન ઉપર ઘર બનાવવાથી સંતાનોને કષ્ટ પડે છે. વિગેરે પ્રકારના દુ:ખોનો સામનો કરવો પડે છે.

નવા મકાનમાં જુનું લાકડું વાપરવું નહી કારણકે તે મકાનના માલિકને અશાંતિ આપે છે અને અનેક પ્રકારની વ્યાધિ કરે છે.

મકાનમાં બે-ત્રણ જાતનું જ લાકડું વાપરવું અને તેમાં વધારે એક પ્રકારનું લાકડું વાપરવું વધારે ઉત્તમ છે. આ રીતે બનાવેલું મકાન શુભ ફળ આપનારું છે.

જુનું લાકડું અને નવું લાકડું બન્ને ભેગું થવાથી કલેશ થાય છે.

દૂધવાળા, કાંટાવાળા, રસજરવાવાળા આ વૃક્ષો રાખવા નહી.જે ઝાડ ઉપર ધુવડ રહેતું હોય તે વાપરવું નહી.

મધુમાખી, માંસાહારી પક્ષીઓ, સર્પ, ભૂત-પ્રેતનો વાસ, રોગયુક્ત માણસ, આકાશમાંથી વીજળી પડી હોય તે,

સમાધિ સ્થળ ઉપરનું ઝાડ, દેવ-મંદિરમાં રહેલું ઝાડ, આશ્રમમાં રહેલું ઝાડ, સંગમ ઉપર રહેલું ઝાડ, સ્મશાન ભૂમિમાં રહેલું ઝાડ, ત્રણ માર્ગ જતા હોય તે મધ્ય જગ્યાનું ઝાડ, ચાર ચોકડી વચ્ચેનું ઝાડ. આ વૃક્ષોનુ લાકડું ગૃહ નિર્માણ માટે વાપરવું જોઈએ નહી.

બીજા વૃક્ષો જેવા કે પીપળ, કદમ, લીમડો, બહેડા, આંબો, ગુલમહોર, શેતુડો, વડ, આમલી, બાવળીયો આ વૃક્ષોનુ લાકડું પણ અશુભ ફળ આપે છે.ગ્રાહ્ય વૃક્ષ મકાન બનાવવામાં નીચેના વૃક્ષોનું લાકડું વધારે શુભકરી છે.

અશોક, મહુડો, સાખુ, અસના, ચંદન, દેવદારુ, શીશમ, શ્રીપરણી, તિંદુકી, કટહલ, ખદીર, અર્જુન, સાલ, સમડી આ શુભ ગણાય છે.ઉત્તમ ધનદાયક અને લક્ષ્મીદાયક શીશમ, સાગ અને મહુડો છે.પલંગ બનાવવા માટે શીશમ, સાગ છે.

વૃક્ષ કાપવાનું હોય તો કૃષણપક્ષમાં કાપવું જોઈએ. શુક્લપક્ષમાં કાપવું નહી. જે વૃક્ષને કાપવાનું હોય તે વૃક્ષની આગળના દિવસે પૂજા અર્ચન કરી, બલી-નૈવદ્ય અર્પણ કરવું. ઇશાન ખૂણા આગળ ઉભા રહીને પ્રદક્ષિણા કરવી.

કેટલાક વૃક્ષો એવા છે જે દિશા વિશેષ હોય છે. તમારા ઘરની પૂર્વમાં પીપળો સારો કહેવાય નહિ.

પરંતુ વડ હોય તો તમારી કામનાની પૂર્તિ કરનારો બને.

અગ્નિ ખૂણામાં વડ અને પીપળો અશુભ ગણાય. પરંતુ દાડમનું વૃક્ષ અગ્નિ ખૂણામાં શુભફળ આપનારું છે.

દક્ષિણ દિશામાં પાકર વૃક્ષ પરાજય આપનારું છે. પરંતુ ગુલરનું વૃક્ષ શુભફળ આપનારું છે.

નૈઋત્ય ખૂણામાં આંબલી શુભફળ આપનારી છે. દક્ષિણના નૈઋત્યમાં જાંબુડાનું તથા કદમનું ઝાડ શુભફળ આપનારું છે.

ઘરના પશ્ચિમ ભાગ માં વડરાજ પીડા કરાવનાર છે. પરંતુ પીપળ શુભ છે. વાયવ્ય માં બીલી નું વૃક્ષ શુભ છે. ઉતરમાં પાકરનું વૃક્ષ શુભ છે. ઇશાન ખૂણામાં આંબળાનું વૃક્ષ શુભ છે.

બોરડી, કેળા તથા લીંબી ઉગતાની સાથે કાળી નાખવું જોઈએ.

તે ઘરમાં વૃદ્ધિ થતી નથી. સંતાન બાબતની પણ તકલીફ થાય છે. પીપળ, કદમ, કેળા, લીંબી અને બીજોરું આ વૃક્ષો પણ કલ્યાણકારી નથી.

આ બધી વસ્તુઓ ઘરની આજુબાજુ હોય કે ના હોય પરંતુ મુખ્ય તુલસીનું વૃક્ષ ઘરમાં જરૂર હોવું જોઈએ.

તુલસીના વૃક્ષથી તેના દર્શન કરવાથી ધનપુત્રની પ્રાપ્તિ થાય છે. પ્રભુની ભક્તિ કરવા માટે પ્રેરણાઓ જાગેછે.

વહેલા સવારે પ્રાત:કાળે ઉઠીને તુલસીના દર્શન કરવાથી સુવર્ણના દાનનું ફળ પ્રાપ્ત થાય છે.

તમારા ઘરમાં દક્ષિણ દિશામાં કદાપી પણ તુલસીના વૃક્ષને રોપવું જોઈએ નહી. જો દક્ષિણ દિશા માં તમે કરો તો યમની યાતના ભોગવવી પડે છે.

જે ભૂમિ ઉપર વાસ્તુ થયું હોય તે ભૂમિ ઉપર માલવી, મલ્લિકા, મોયા(કપાસ), આંબલી, શ્વેતા(વિષ્ણુક્રાંતા) અને અપરાજિતા

વાસ્તુ ભૂમિ ઉપર લગાવવા નહિ. આ લગાવવાથી શસ્ત્ર દ્વારા ઈજા થાય.

ઘરની પૂર્વ-ઉતર-પશ્ચિમ અને ઇશાન ખૂણામાં બગીચો બનાવાય છે. અગ્નિ-દક્ષિણ-નૈઋત્ય અને વાયવ્યમાં બગીચો બનાવવો નહિ. બગીચાને વાટિક કહેવામાં આવે છે. આપણા ઘરની આજુબાજુ અશુભ વૃક્ષ હોય તો તે વૃક્ષને કાપવાનું નથી.

જ્યારે કોઈ તમારા ઘરમાં પ્રવેશ કરે છે, ત્યારે તેને તમે જે ભગવાનમાં વિશ્વાસ કરો છો તેનું ચિત્ર જોવું જોઈએ. તે વ્યક્તિ જે પ્રથમ દિવાલ જુએ છે તેના પર દેવતાનું ચિત્ર મૂકવું શ્રેષ્ઠ છે.

મોટાભાગના લોકો વિન્ડ ચાઈમ્સને માત્ર ડેકોરેશન વસ્તુઓ માને છે. જો કે, જ્યારે ઘર માટે વાસ્તુની વાત આવે છે, ત્યારે તે યોગ્ય રીતે મૂકવામાં આવે ત્યારે તે તમારા ઘરમાં સકારાત્મક ઉર્જા લાવી શકે છે. વિન્ડ ચાઈમ પરફેક્ટ બનાવવા માટે છ કે આઠ સળિયા હોવા જોઈએ.

વાસ્તુશાસ્ત્રની ટીપ્સ મુજબ, જ્યારે ઘર અથવા ઓફિસની અંદર ક્રિસ્ટલ બોલ મૂકવામાં આવે છે ત્યારે તેને શુભ માનવામાં આવે છે.

સારા સંબંધો માટે ગુલાબી રંગનો ક્રિસ્ટલ બોલ મેળવો, સારી નાણાકીય બાબતો માટે નારંગી રંગનો અને સારા નસીબ માટે લાલ ક્રિસ્ટલ બોલ મેળવો.

તમારા ઘરમાં દરિયાઈ મીઠાનો થોડો કચડાયેલો ભાગ રાખવાથી બધી નકારાત્મક શક્તિઓથી છૂટકારો મેળવવો શક્ય બને છે.

ધોડાની નાળ પણ સકારાત્મક ઉર્જાને આકર્ષે છે, તેથી તેને મુખ્ય દરવાજા પર મૂકવું યોગ્ય છે. ધોડાની નાળને ઊંધી દિશામાં ન લટકાવવાનું ધ્યાન રાખો અથવા તે ખરાબ અથવા નકારાત્મક ઉર્જા લાવશે.

તમારા ઘરના વિવિધ વિસ્તારોમાં કપૂરના સ્ફટિકો મૂકવા જોઈએ. જે લોકો મોટા આર્થિક નુકસાનનો સામનો કરી રહ્યા છે અથવા આગળ વધતી વસ્તુઓની

અછતનો સામનો કરી રહ્યા છે તેઓએ તેમના ઘરે બે કપૂર સ્ફટિક રાખવા જોઈએ. આ કપૂરનાસ્ફટિક સુકાઈ જાય પછી તેને બદલવા જોઈએ.

જો અરીસો વાસ્તુશાસ્ત્રની ટીપ મુજબ યોગ્ય દિશામાં મૂકવામાં આવે તો તમારું ઘર સકારાત્મકતાથી ભરાઈ શકે છે. અરીસાને મુખ્ય દરવાજાની સામે ન મૂકવો જોઈએ, ન તો તે તમારા પલંગનું પ્રતિબિંબ બતાવે.

તમારા ઘરમાં કોઈપણ વસ્તુ તૂટેલી રાખવી એ અશુભ છે. તૂટેલી ચીજવસ્તુઓ જેવી કે પ્લેટ્સ ચીપ કરેલા ચશ્મા અને બાઉલ નકારાત્મકતા પેદા કરે છે અને તમારા ઘરમાં નાણાકીય સમસ્યાઓ લાવી શકે છે.

તૂટેલા અરીસાઓ સૌથી ખરાબ હોય છે. અરીસાઓ તેમની સામે જે છે તે પ્રતિબિંબિત કરે છે, અને જો તમારો અરીસો તૂટી ગયો હોય, તૂટેલી વસ્તુ ઘરમાં રાખવા માટે ખૂબ જ જોખમી વસ્તુ બની જશે. ઘડિયાળ છે જે કામ કરતી નથી. ઘર માટે વાસ્તુ મુજબ આ પણ ખરાબ નસીબ લાવવા અને સ્વાસ્થ્ય સમસ્યાઓનું કારણ બને છે.

તમારે તમારા ઘરમાંથી તૂટેલા અરીસા, વાસણ અને ઘડિયાળો ફેંકી દેવા જોઈએ કારણ કે આ ખરાબ નસીબ લાવી શકે છે.

તમારા ઘર અથવા એપાર્ટમેન્ટ કોમ્પ્લેક્સમાંનો સ્વિમિંગ પૂલ પશ્ચિમ, દક્ષિણ અથવા દક્ષિણપશ્ચિમ દિશામાં ન હોવો જોઈએ. જો કે ઉત્તર કે પૂર્વ દિશામાં સ્વિમિંગ પૂલ હોવો શુભ માનવામાં આવે છે.

ઘર માટે વાસ્તુ મુજબ, ઘરમાં શ્યામ ખૂણાઓ મોટી ના-ના છે. જ્યારે વાસ્તુશાસ્ત્રની ટીપ ઘરના દરેક ખૂણાને સારી રીતે પ્રકાશિત રાખવા માટે છે, તમારે તમારા ઘરના મુખ્ય દરવાજા પર વિશેષ ધ્યાન આપવું જોઈએ.

લિવિંગ રૂમમાં એક મોટો ફેમિલી ફોટો અથવા એકથી વધુ ફોટા લટકાવવાથી પરિવારના સભ્યો વચ્ચેના સંબંધોને મજબૂત બનાવવામાં મદદ મળી શકે

માટી પૃથ્વીનો એક ભાગ છે; સમય સમય પર, તેને પૃથ્વી પર પાછા ફરવાની જરૂર છે. વાસ્તુશાસ્ત્ર મુજબ જ્યારે તમે નવા મકાનમાં જતા હોવ ત્યારે તમે તમારા જૂના માટીના વાસણોમાંથી છુટકારો મેળવો .નવા ઘરમાં જૂના માટીના વાસણોનો ફરીથી ઉપયોગ કરવો અશુભ માનવામાં આવે છે.

ઘરના પૂજા રૂમ અથવા મંદિરનો ઉપયોગ ફક્ત તમારા ભગવાન અને દેવતાઓની પૂજા માટે કરો. રૂમનો ઉપયોગ સ્ટોરેજ તરીકે અથવા ઘરની અન્ય કોઈપણ વસ્તુ માટે કરશો નહીં.

રસોઈ બનાવતી વખતે, રસોઈ માટેનો વિસ્તાર એવી રીતે બનાવવો કે જે સ્ટવનો ઉપયોગ કરે છે તે પૂર્વ દિશા તરફ હોય. આ સમગ્ર પરિવાર માટે ઘણી હકારાત્મકતા અને સારા સ્વાસ્થ્યની ખાતરી આપે છે.

શૌચાલય અને બાથરૂમ એવી જગ્યાઓ છે જ્યાં આપણે આપણા શરીરમાંથી કચરો કાઢી નાખીએ છીએ, તેથી, શૌચાલય હંમેશા પશ્ચિમ અથવા ઉત્તર-પશ્ચિમમાં બનાવવાની સલાહ આપવામાં આવે છે.

કાળા અને લાલ જેવા ડાર્ક શેડ્સને લિવિંગ રૂમ અથવા કોઈપણ જગ્યાથી દૂર રાખવા જોઈએ જ્યાં તમે મહેમાનોનું મનોરંજન કરો છો. આ રંગો નકારાત્મક ઊર્જાને શોષી લે છે.

તમારા બેડરૂમમાં અરીસો ન હોવો જોઈએ અને કોઈપણ કિંમતે પલંગનો સામનો કરવો જોઈએ નહીં. આ તમારા જીવનમાં ખરાબ નસીબ લાવે છે.

એરિકા પામ, પીસ લિલી, પોથોની વિવિધતા, અને સાપના છોડ જેવા હવા શુદ્ધિકરણ છોડ ઘરની સજાવટનું કામ કરે છે, કારણ કે તે તમારી જગ્યામાં હવા અને ઊર્જાને શુદ્ધ કરે છે.

ખાતરી કરો કે તમારા પલંગની પાછળ કોઈ બારી ન હોય. તમારા બેડરૂમની બારીઓ પૂર્વ કે ઉત્તરની દીવાલ પર હોવી જોઈએ.

તમારા ઘરનું ફર્નિચર ચોરસ અથવા લંબચોરસ આકારનું હોવું જોઈએ. વિષમ આકાર અથવા તો ગોળ હોય તેવા ટુકડાઓ વાસ્તુશાસ્ત્રના સિદ્ધાંતો સાથે બંધબેસતા નથી.

સૂર્યાસ્ત પછીના કલાકો માટે પૂજા રૂમમાં તેજસ્વી લાઇટ્સ ઇન્સ્ટોલ કરો. વાસ્તુશાસ્ત્ર મુજબ, પૂજા રૂમને ક્યારેય અંધકારમાં ન છોડવો જોઈએ.લિવિંગ રૂમની દક્ષિણ પૂર્વ દિશા ટીવી માટે જોઈએ.

તો આ છે વાસ્તુશાત્ર ના અમુક નિયમો જેનાથી તમે વાકેફ થાવ અને અને જરૂરી ફેરફાર કરી શકો છો , બાકી પોતાની રીતે મનમાં કોઈ પણ જાતના વહેમ વગર ભગવાન નું નામ લઇ ને આપણે પોતે જાતે આપણું ઘર સજાવવું જોઈએ એવું મારુ અંગત માનવું છે .

ફરીથી જણાવું છું કે મિત્રો આ પુસ્તક માં મેં ઈન્ટરનેટ અને વિકિપીડિયા અને વિવિધ અખબારી અહેવાલ માંથી વાસ્તુ શાસ્ત્ર વિષય ઉપર માત્ર માહિતી આપી છે .આમાં એક પણ શબ્દ મારો નથી જેની નોંધ લેજો ,આનો કોઈ વૈજ્ઞાનિક પુરાવો નથી માત્ર અમુક માન્યતાઓ આધારિત વાત છે .

આ માહિતી સાચી છે કે ખોટી તેની તપાસ કરજો અને પછીજ વાસ્વિકતા સ્વીકારજો .આ તો માત્ર ઈન્ટરનેટ દુનિયામાંથી સીધી લીધેલી માહિતી છે જ સાચી કે ખોટી છે તેનું કોઈ પણ જાતનું સમર્થન આ પુસ્તક કે લેખક કરતા નથી જેની નોંધ લેજો.

9 798890 022677